Impressum
Verlag: BABADADA GmbH, Nedderfeld 112 , 22529 Hamburg
Geschäftsführer / Verlagsleitung: Harald Hof
Druck: Books on Demand GmbH, In de Tarpen 42, 22848 Norderstedt

Imprint
Publisher: BABADADA GmbH, Nedderfeld 112 , 22529 Hamburg, Germany
Managing Director / Publishing direction: Harald Hof
Print: Books on Demand GmbH, In de Tarpen 42, 22848 Norderstedt

skóli
學校

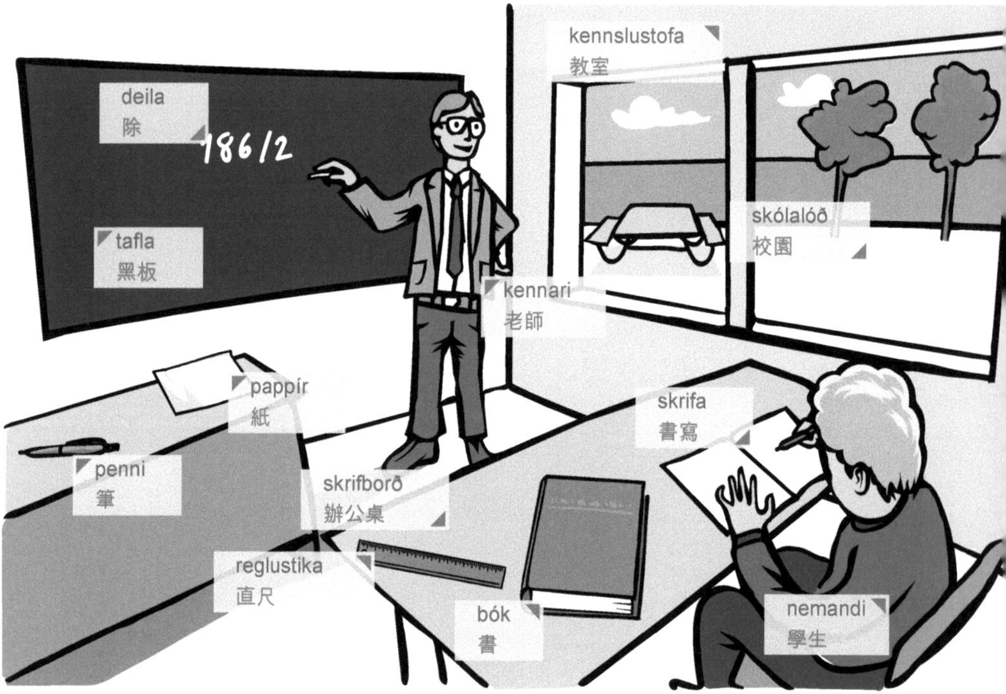
kennslustofa
教室
deila
除
186/2
tafla
黑板
kennari
老師
skólalóð
校園
pappír
紙
skrifa
書寫
penni
筆
skrifborð
辦公桌
reglustika
直尺
bók
書
nemandi
學生

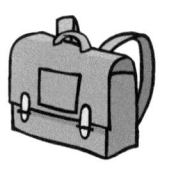

skólataska

書包

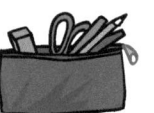

pennaveski

鉛筆盒

blýantur

鉛筆

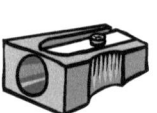

yddari

削鉛筆機

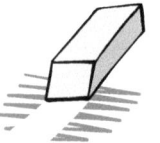

strokleður

橡皮擦

teikniblað

畫板

teikning

圖畫

pensill

畫筆

litakassi

顏料盒

skæri

剪刀

lím

膠水

æfingabók

練習冊

heimavinna

家庭作業

12

númer

數字

2+2

leggja saman

加

5-2

draga frá

減

2×2

margfalda

乘

reikna

計算

A

bréf

字母

ABCDEFG
HIJKLMN
OPQRSTU
VWXYZ

stafróf

字母表

hello

orð

字

texti

課文

lesa

讀

krít

粉筆

kennslustund

上課

kladdi

登記

próf

考試

vottorð

證書

skólabúningur

校服

menntun

教育

alfræðirit

百科全書

háskóli

大學

smásjá

顯微鏡

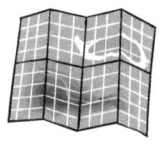

kort

地圖

ruslakarfa

廢紙簍

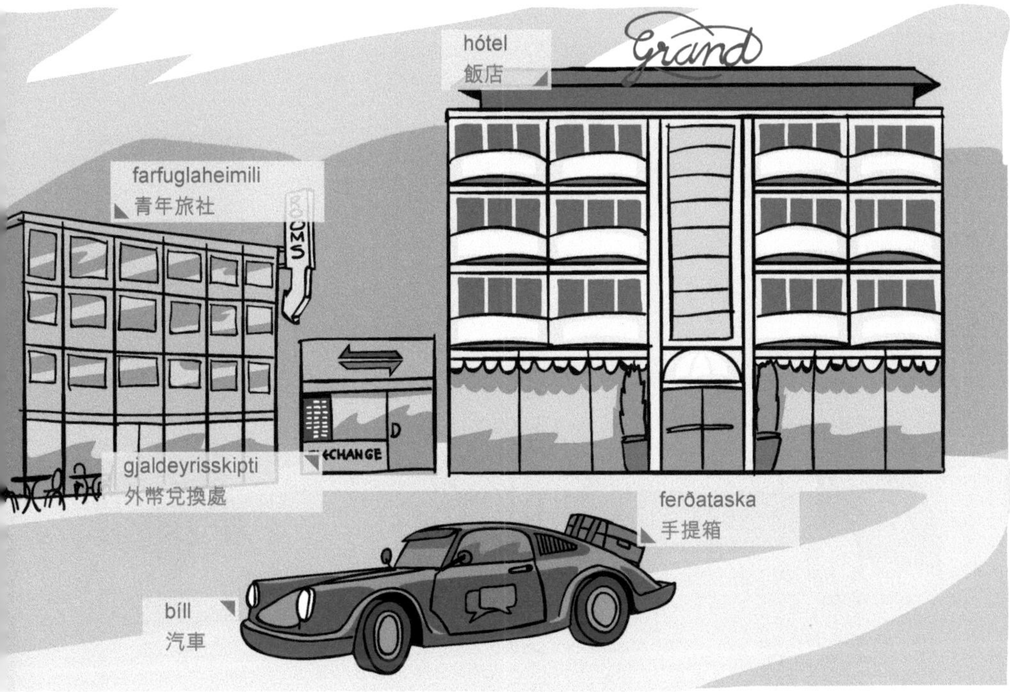

hótel
飯店
Grand
farfuglaheimili
青年旅社
ROOMS
gjaldeyrisskipti
外幣兌換處
EXCHANGE
ferðataska
手提箱
bíll
汽車

tungumál

語言

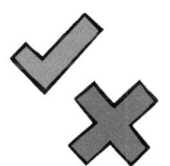

já / nei

是/否

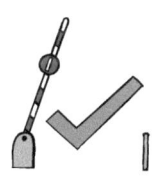

allt í lagi

好的

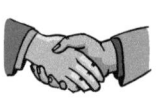

halló

您好

þýðandi

翻譯人員

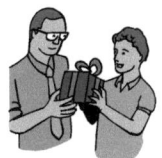

takk fyrir

謝謝

hvað kostar...?

......多少錢？

Ég skil ekki

我不明白

vandamál

問題

Gott kvöld!

晚上好！

Góðan dag!

早上好！

Góða nótt!

晚安！

bless bless

再見

átt

方向

farangur

行李

taska

包

bakpoki

背包

gestur

客人

herbergi

房間

svefnpoki

睡袋

tjald

帳篷

upplýsingamiðstöð

旅行資訊

strönd

海灘

kreditkort

信用卡

morgunverður

早餐

hádegisverður

午餐

kvöldmatur

晚餐

farmiði

票

lyfta

電梯

frímerki

郵票

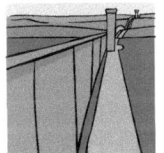

landamæri

邊界

tollur

海關

sendiráð

大使館

vegabréfsáritun

簽證

vegabréf

護照

samgöngur

交通運送

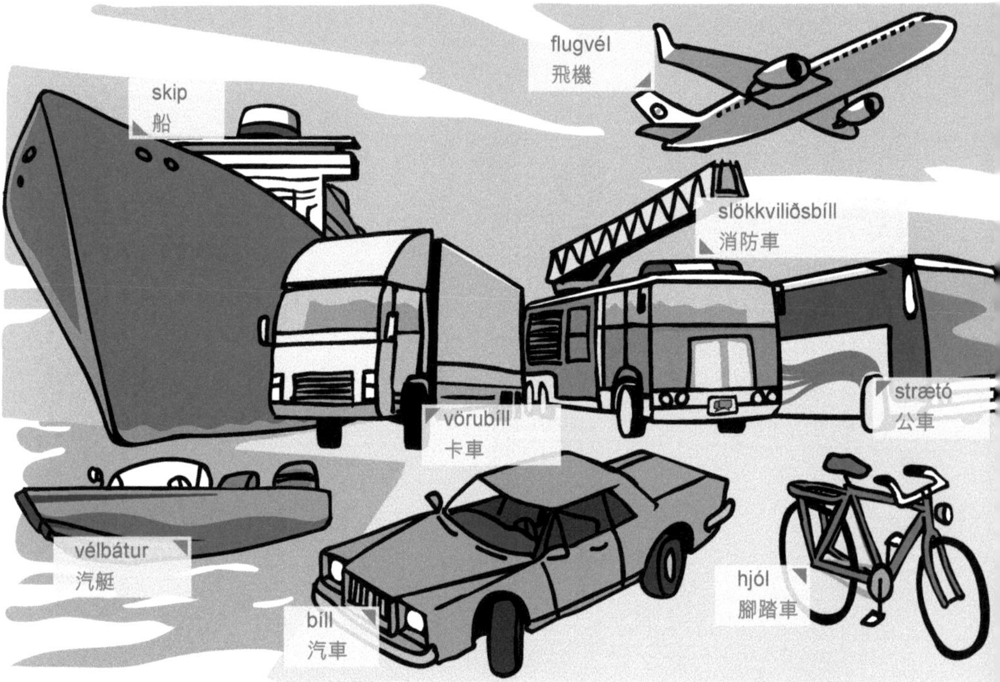
flugvél
飛機
skip
船
slökkviliðsbíll
消防車
strætó
公車
vörubíll
卡車
vélbátur
汽艇
hjól
腳踏車
bíll
汽車

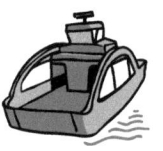

ferja

渡輪

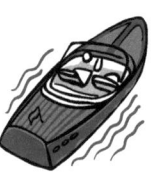

bátur

小船

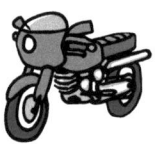

mótorhjól

機車

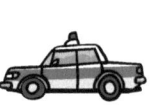

lögreglubíll

警車

kappakstursbíll

賽車

bílaleigubíll

租車

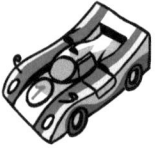

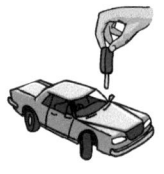

bílasamneyti

拼車

dráttarbíll

拖車

öskubíll

垃圾車

vél

馬達

eldsneyti

汽油

bensínstöð

加油站

umferðarskilti

交通標識

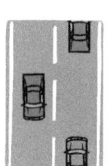

umferð

交通

umferðarteppa

交通堵塞

bílastæði

停車場

lestarstöð

火車站

járnbrautarteinar

軌道

lest

火車

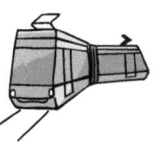

sporvagn

路面電車

vagn

客車廂

þyrla

直升機

flugvöllur

機場

turn

塔

farþegi

乘客

gámur

集裝箱

pappakassi

紙板箱

kerra

手推車

karfa

籃子

takast á loft / lenda

起飛/降落

borg

城市

þorp

村莊

miðbær

市中心

hús

房子

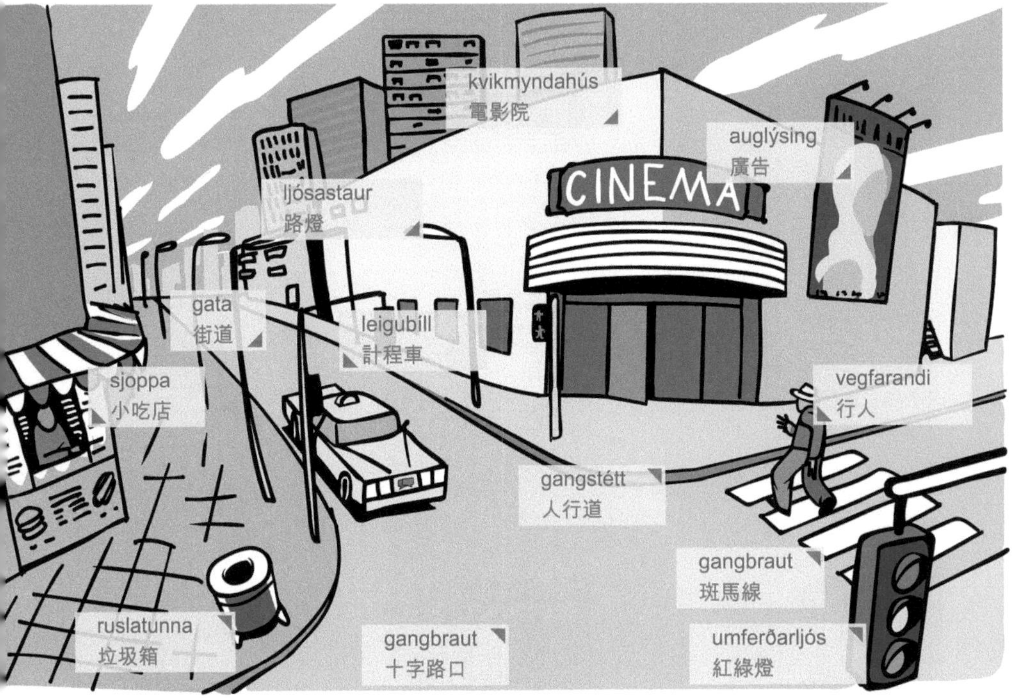

kvikmyndahús
電影院
auglýsing
廣告
CINEMA
ljósastaur
路燈
gata
街道
leigubíll
計程車
sjoppa
小吃店
vegfarandi
行人
gangstétt
人行道
gangbraut
斑馬線
ruslatunna
垃圾箱
gangbraut
十字路口
umferðarljós
紅綠燈

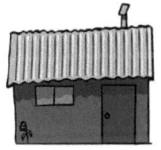

skáli
小屋

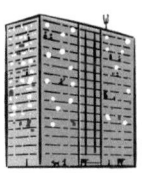

íbúð
公寓

lestarstöð
火車站

ráðhús
市政廳

MUSEUM

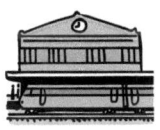

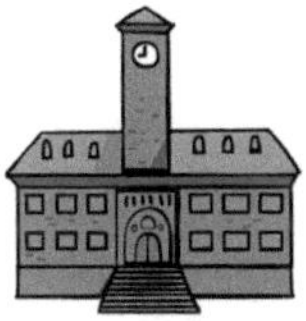

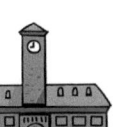

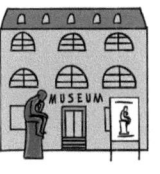

safn
博物館

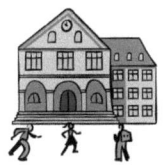

skóli
學校

háskóli

大學

banki

銀行

sjúkrahús

醫院

hótel

飯店

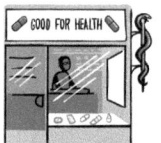

apótek

藥房

skrifstofa

辦公室

bókabúð

書店

búð

商店

blómabúð

花店

kjörbúð

超市

markaður

市場

stórmarkaður

百貨商店

fiskbúð

魚店

verslunarmiðstöð

購物中心

höfn

海港

almenningsgarður

公園

bekkur

長凳

brú

橋

stigi

樓梯

neðanjarðarlest

捷運

göng

隧道

biðstöð

公車站

bar

酒吧

veitingastaður

餐館

póstkassi

郵筒

götuskilti

路標

stöðumælir

停車計時器

dýragarður

動物園

sundlaug

游泳池

moska

清真寺

bær

農場

mengun

污染

kirkjugarður

墓地

kirkja

教堂

leiksvæði

操場

musteri

寺廟

landslag

地形

laufblað
樹葉

leiðarvísir
指示牌

leið
路

engi
草地

steinn
石頭

göngufólk
徒步旅行者

tré
樹

á
河

gras
草

blóm
花

dalur

峽谷

hæð

丘陵

stöðuvatn

湖

skógur

森林

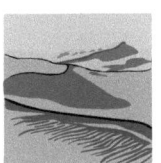

eyðimörk

沙漠

eldfjall

火山

kastali

城堡

regnbogi

彩虹

sveppur

蘑菇

pálmatré

棕櫚樹

moskítófluga

蚊子

fluga

蒼蠅

maur

螞蟻

býfluga

蜜蜂

kónguló

蜘蛛

bjalla

甲蟲

froskur

青蛙

íkorni

松鼠

broddgöltur

刺蝟

héri

野兔

ugla

貓頭鷹

fugl

鳥

svanur

天鵝

villisvín

野豬

dádýr

鹿

elgur

麋鹿

stífla

水壩

vindmylla

風力發電機

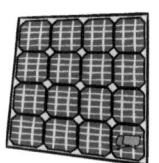

sólarrafhlaða

太陽能電池板

loftslag

氣候

þjónn
服務生

matseðill
菜譜

stóll
椅子

súpa
湯

pizza
披薩餅

hnífapör
餐具

dúkur
桌布

forréttur

前菜

aðalréttur

主菜

eftirréttur

甜點

drykkir

飲料

matur

食物

flaska

瓶子

skyndibiti

速食

götumatur

街邊小吃

teketill

茶壺

sykurskál

糖盒

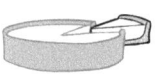

skammtur

一份飯菜

espressovél

義式咖啡機

barnastóll

高腳椅

reikningur

帳單

bakki

托盤

hnífur

刀

gaffall

餐叉

skeið

勺子

teskeið

茶匙

servíetta

餐巾

glas

玻璃杯

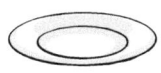

diskur

碟子

súpudiskur

湯盤

undirskál

碟子

sósa

醬

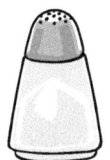

saltstaukur

鹽瓶

piparkvörn

胡椒研磨罐

edik

醋

olía

食用油

krydd

調味料

tómatsósa

番茄醬

sinnep

芥末

majónes

美乃滋

kjörbúð

超市

tilboð
特價
FOR
viðskiptavinur
顧客
mjólkurvörur
乳製品
ávöxtur
水果
búðarkerra
購物車

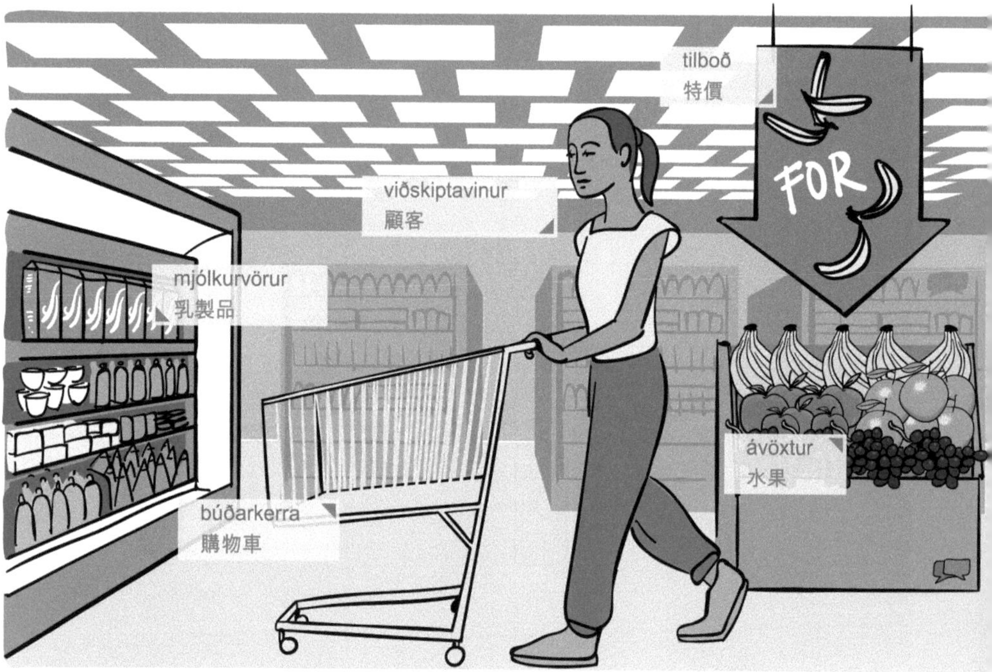

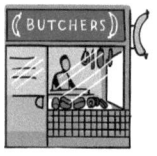

BUTCHERS

slátrari

肉鋪

BAKERY

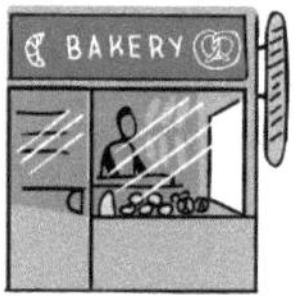

bakarí

麵包店

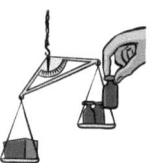

vega

稱重

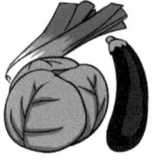

grænmeti

蔬菜

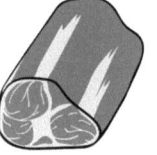

kjöt

肉

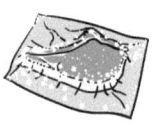

frosinn matur

冷凍食品

kjötálegg

冷盤

niðursoðinn matur

罐頭食品

þvottaefni

洗衣粉

sælgæti

甜食

vörur til heimilisnota

日用品

hreinsiefni

清潔用品

afgreiðslukona

銷售員

afgreiðslukassi

收銀機

gjaldkeri

收銀員

innkaupalisti

購物清單

opnunartímar

開放時間

veski

錢包

kreditkort

信用卡

poki

袋子

plastpoki

塑膠袋

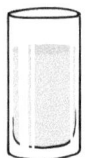

vatn

水

safi

果汁

mjólk

牛奶

kók

可樂

vín

紅酒

bjór

啤酒

áfengi

酒

kakó

可可

te

茶

kaffi

咖啡

espresso

義式濃縮咖啡

kaffi

卡布奇諾

banani

香蕉

epli

蘋果

appelsínugulur

柳丁

melóna

西瓜

sítróna

檸檬

gulrót

胡蘿蔔

hvítlaukur

大蒜

bambus

竹子

laukur

洋蔥

sveppir

蘑菇

hnetur

堅果

núðlur

麵條

spagettí

義大利麵

hrísgrjón

米飯

salat

沙拉

franskar kartöflur

薯條

steiktar kartöflur

炸馬鈴薯

pizza

披薩餅

hamborgari

漢堡

samloka

三明治

snitsel

炸豬排

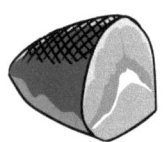

skinka

火腿

salami

義大利臘腸

pylsa

香腸

kjúklingur

雞肉

steik

烤肉

fiskur

魚

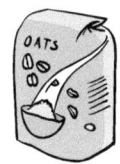

haframjöl

燕麥片

múslí

木斯里

kornflögur

玉米片

hveiti

麵粉

franskt horn

牛角麵包

smábrauð

麵包捲

brauð

麵包

ristað brauð

吐司

kex

餅乾

smjör

奶油

ystingur

凝乳

kaka

蛋糕

egg

蛋

spælt egg

煎蛋

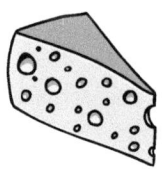

ostur

起司

ís

冰淇淋

sykur

糖

hunang

蜂蜜

sulta

果醬

súkkulaðiálegg

巧克力醬

karrý

咖哩

bær
農場

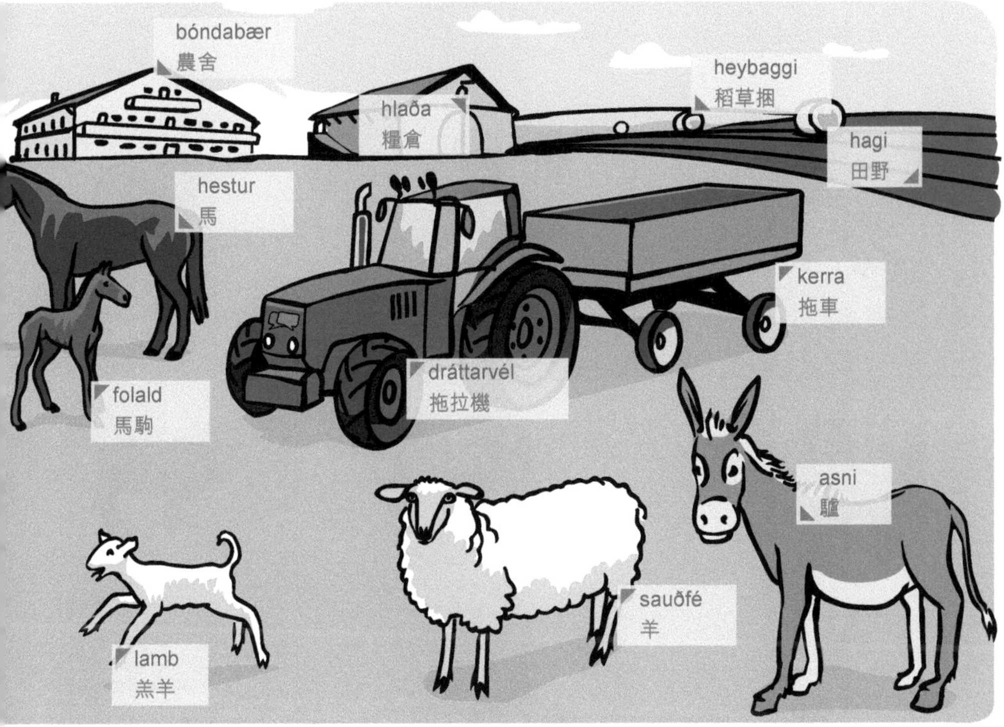
bóndabær
農舍
hlaða
糧倉
heybaggi
稻草捆
hagi
田野
hestur
馬
kerra
拖車
dráttarvél
拖拉機
folald
馬駒
asni
驢
sauðfé
羊
lamb
羔羊

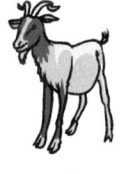

geit
山羊

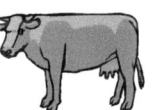

kýr
奶牛

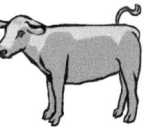

kálfur
小牛

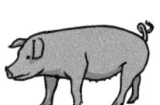

svín
豬

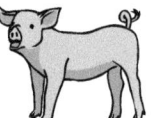

grís
小豬

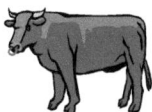

naut
公牛

gæs

鵝

önd

鴨

ungi

小雞

hæna

母雞

hani

公雞

rotta

鼠

köttur

貓

mús

老鼠

uxi

牛

hundur

狗

hundakofi

狗屋

garðslanga

花園澆水軟管

garðkanna

澆水壺

ljár

長柄大鐮刀

plógur

犁

sigð

鎌刀

hlújárn

鋤頭

heygaffall

長柄草耙

öxi

斧頭

hjólbörur

獨輪手推車

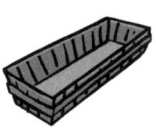

trog

飼料槽

mjólkurfata

牛奶罐

poki

麻布袋

girðing

柵欄

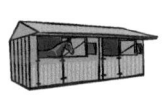

gripahús

馬廄

gróðurhús

溫室

jarðvegur

土壤

fræ

種子

áburður

肥料

kornskurðarvél

聯合收割機

uppskera

收割

uppskera

收割

kínverskar kartöflur

地瓜

hveiti

小麥

soja

大豆

kartafla

土豆

maís

玉米

repja

油菜籽

ávaxtatré

果樹

maníókarót

樹薯

korn

穀物

strompur
煙囪

þak
屋頂

niðurfall
落水管

gluggi
窗戶

bílskúr
車庫

dyrabjalla
門鈴

dyr
門

öskutunna
垃圾桶

póstkassi
信箱

garður
花園

stofa

客廳

baðherbergi

浴室

eldhús

廚房

svefnherbergi

臥室

barnaherbergi

兒童房

borðstofa

餐廳

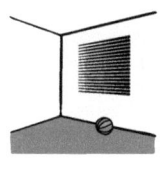

gólf

地板

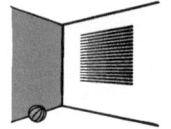

veggur

牆壁

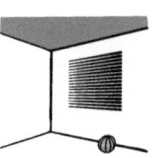

loft

天花板

kjallari

地窖

gufubað

三溫暖

svalir

陽臺

verönd

露臺

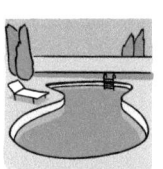

sundlaug

游泳池

sláttuvél

割草機

lak

被單

rúmteppi

床罩

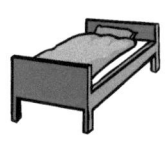

rúm

床

kústur

掃帚

fata

水桶

rofi

開關

stofa
客廳

veggfóður
壁紙
ljósmynd
相片
lampi
檯燈
hilla
擱架
skápur
櫥櫃
sjónvarp
電視
arinn
壁爐
blóm
花
púði
墊子
sófi
沙發
vasi
花瓶
fjarstýring
遙控器

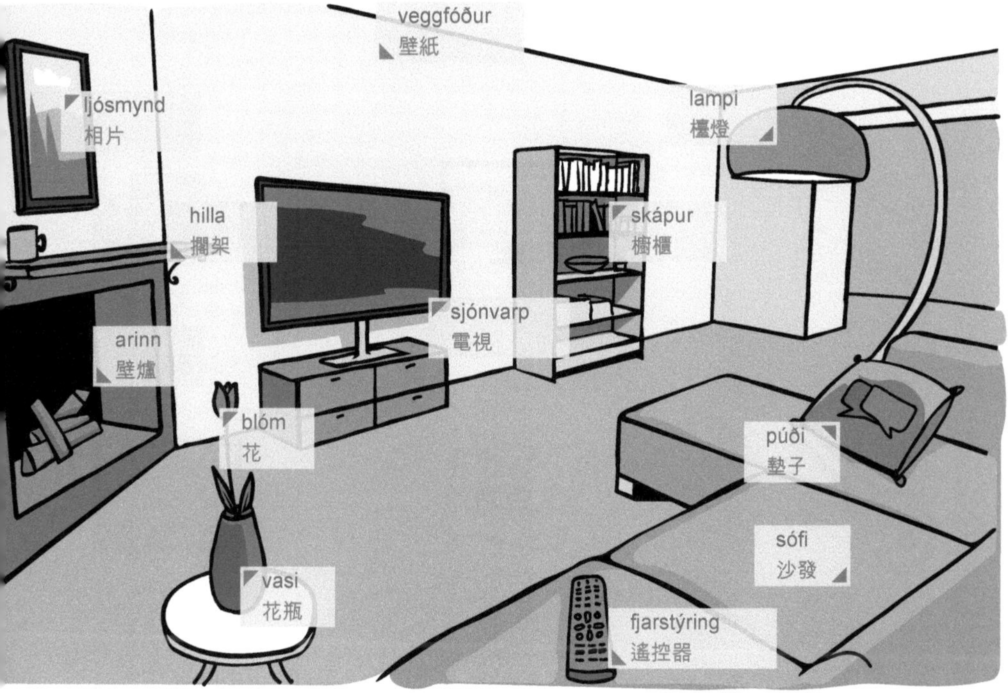

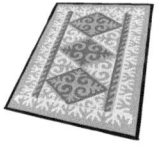

teppi

地毯

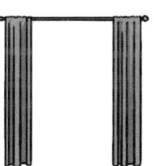

gardínur

窗簾

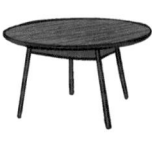

borð

餐桌

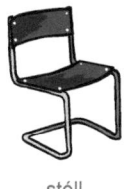

stóll

椅子

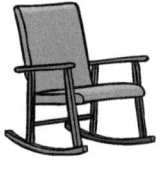

ruggustóll

搖椅

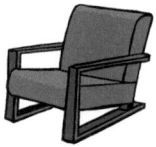

hægindastóll

扶手椅

bók

書

sæng

毯子

skraut

裝飾品

eldiviður

木柴

mynd

電影

hljómflutningstæki

高傳真音響

lykill

鑰匙

dagblað

報紙

málverk

油畫

veggspjald

海報

útvarp

收音機

minnisbók

筆記本

ryksuga

吸塵器

kaktus

仙人掌

kerti

蠟燭

eldhús
廚房

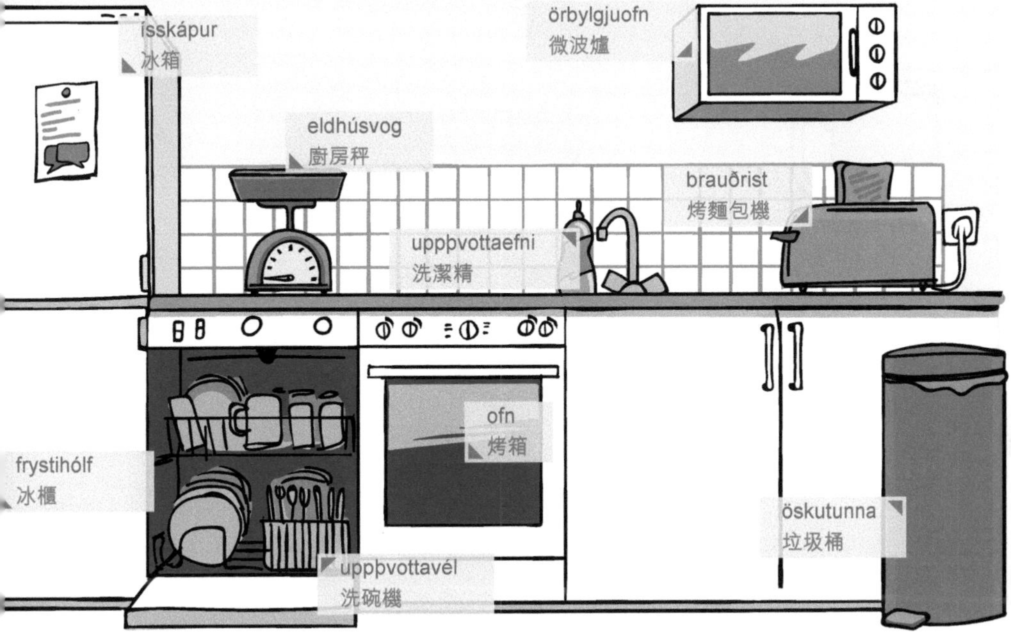
ísskápur
冰箱
örbylgjuofn
微波爐
eldhúsvog
廚房秤
brauðrist
烤麵包機
uppþvottaefni
洗潔精
ofn
烤箱
frystihólf
冰櫃
öskutunna
垃圾桶
uppþvottavél
洗碗機

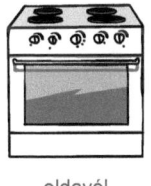

eldavél
炊具

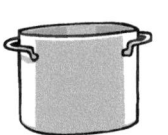

pottur
鍋

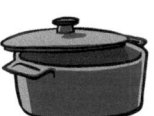

steypujárnspottur
鑄鐵鍋

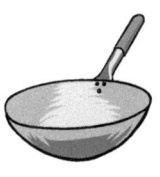

wok/kadai
炒鍋

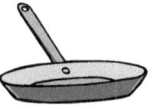

panna
平底鍋

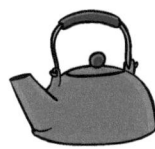

ketill
水壺

gufukarfa

蒸鍋

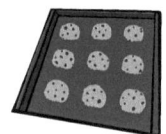

ofnform

烤盤

leirtau

陶瓷鍋

mál

馬克杯

skál

碗

prjónar

筷子

ausa

長柄勺

spaði

鏟子

pískur

攪拌器

sigti

濾網

málmsigti

篩子

rifjárn

磨碎機

mortél

研缽

grill

燒烤

opinn eldur

明火

skurðarbretti

菜板

kökukefli

擀麵杖

tappatogari

開瓶器

dós

罐子

dósaopnari

開罐器

pottaleppur

隔熱手套

vaskur

水槽

bursti

刷子

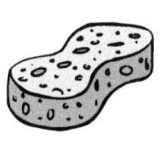

svampur

海綿

blandari

攪拌機

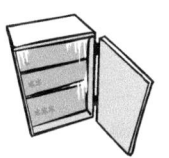

frystir

冷藏箱

peli

奶瓶

blöndunartæki

水龍頭

baðherbergi

浴室

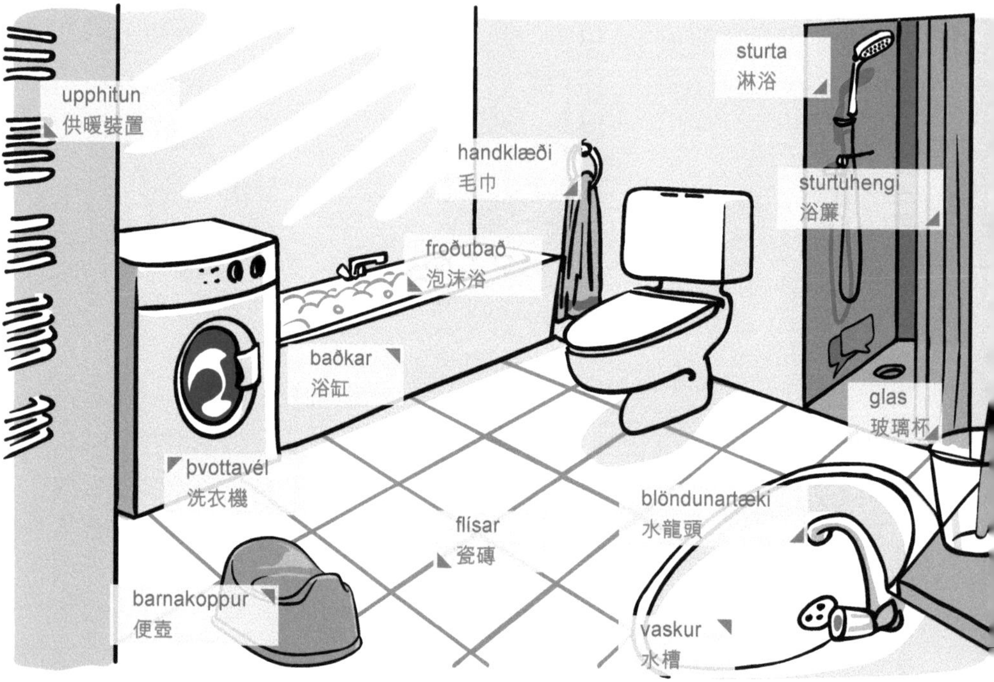
sturta
淋浴
upphitun
供暖裝置
handklæði
毛巾
sturtuhengi
浴簾
froðubað
泡沫浴
baðkar
浴缸
glas
玻璃杯
þvottavél
洗衣機
blöndunartæki
水龍頭
flísar
瓷磚
barnakoppur
便壺
vaskur
水槽

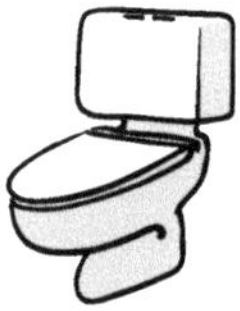

salerni

厠所

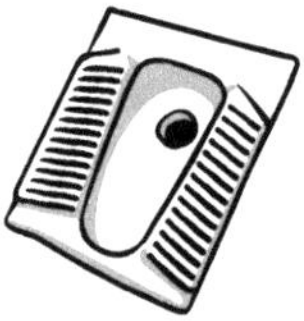

salerni án setu

蹲便器

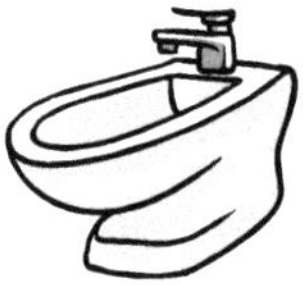

skolskál

坐浴器

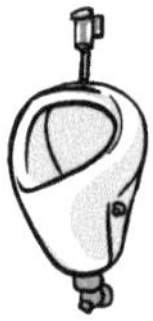

þvagskál

小便斗

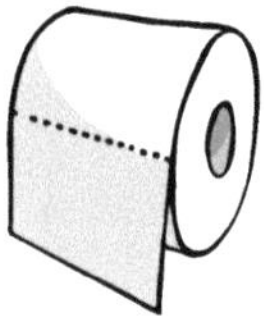

salernispappír

厠紙

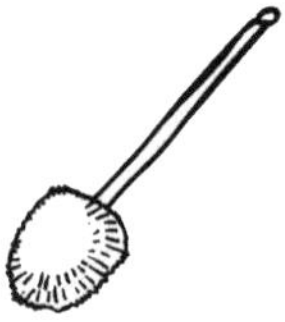

salernisbursti

馬桶刷

tannbursti

牙刷

tannkrem

牙膏

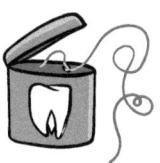

tannþráður

牙線

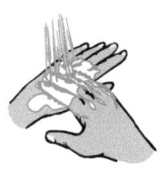

þvo

洗

handsturta

手持式蓮蓬頭

salernissturta

沖洗器

vaskur

洗臉盆

bakbursti

洗背刷

sápa

肥皂

sturtugel

沐浴露

sjampó

洗髮乳

flannel

法蘭絨

niðurfall

排水

krem

乳霜

svitalyktareyðir

除臭劑

spegill

鏡子

handspegill

手鏡

rakskafa

刮鬍刀

raksápa

刮鬍泡沫

rakspíri

鬚後水

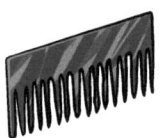

greiða

梳子

bursti

刷子

hárþurrka

吹風機

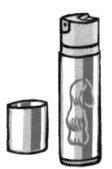

hársprey

噴髮定型劑

farði

化妝品

varalitur

唇膏

naglalakk

指甲油

bómull

化妝棉

naglaklippur

指甲剪

ilmvatn

香水

þvottapoki

洗漱包

kollur

凳子

vog

計重秤

sloppur

浴袍

gúmmíhanskar

橡膠手套

tíðatappi

衛生棉條

dömubindi

衛生棉

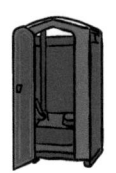

efnasalerni

化學廁所

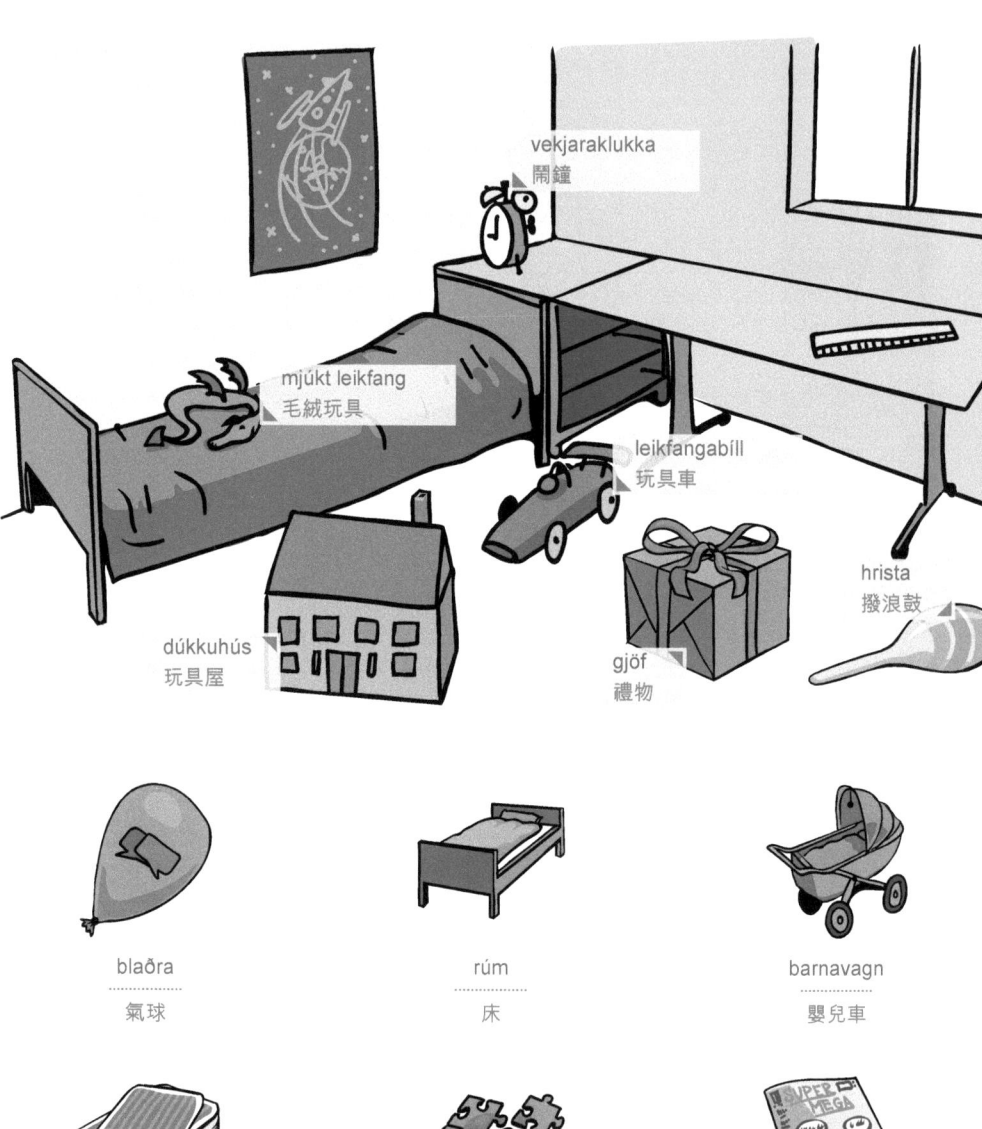

vekjaraklukka
鬧鐘

mjúkt leikfang
毛絨玩具

leikfangabíll
玩具車

hrista
撥浪鼓

dúkkuhús
玩具屋

gjöf
禮物

blaðra

氣球

rúm

床

barnavagn

嬰兒車

spilastokkur

撲克牌

púsluspil

拼圖

myndasaga

漫畫

legókubbar

樂高積木

leikfangakubbar

積木玩具

leikfangakall

公仔

samfestingur

嬰兒服

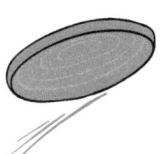

Frisbídiskur

飛盤

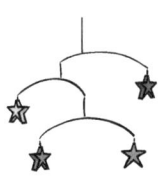

órói

床鈴玩具

spilaborð

棋盤遊戲

teningar

骰子

lestarlíkan

火車模型

snuð

安撫奶嘴

veisla

派對

myndabók

繪本

bolti

球

brúða

洋娃娃

spila

玩

sandkassi

沙坑

sveifla

鞦韆

leikföng

玩具

leikjatölva

電玩遊戲

þríhjól

三輪車

bangsi

泰迪熊

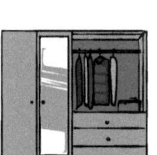

fataskápur

衣櫃

föt

衣服

sokkar

襪子

kvensokkabuxur

長襪

sokkabuxur

緊身褲

trefill
圍巾

regnhlíf
雨傘

stuttermabolur
T恤

belti
皮帶

skór
靴子

inniskór
拖鞋

strigaskór
運動鞋

sandalar
涼鞋

skór
鞋

gúmmístígvél
雨靴

nærbuxur
內褲

brjóstahaldari
胸罩

vesti
背心

föt - 衣服

samfella

身體

buxur

褲子

gallabuxur

牛仔褲

pils

短裙

blússa

女式襯衫

skyrta

襯衫

peysa

套頭衫

hettupeysa

連帽上衣

jakki

西裝夾克

jakki

夾克

frakki

外套

regnfrakki

雨衣

dragt

套裝

kjóll

連衣裙

brúðarkjóll

婚紗

jakkaföt

西裝

náttkjóll

睡袍

náttföt

睡衣

Sari

莎麗

höfuðslæða

頭巾

túrban

包頭巾

búrka

波卡

kaftan

卡夫坦

abaya

(阿拉伯式)長袍

sundföt

泳衣

sundbuxur

男式泳褲

stuttbuxur

短褲

íþróttagalli

運動服

svunta

圍裙

hanskar

手套

hnappur

鈕扣

gleraugu

眼鏡

armband

手鏈

hálsmen

項鍊

hringur

戒指

eyrnalokkur

耳環

húfa

便帽

herðatré

衣架

hattur

帽子

bindi

領帶

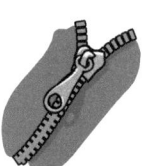

rennilás

拉鍊

hjálmur

安全帽

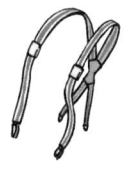

axlabönd

背帶

skólabúningur

校服

einkennisbúningur

制服

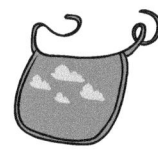

smekkur

圍兜

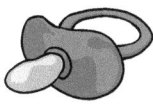

snuð

安撫奶嘴

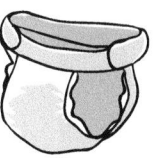

bleyja

尿布

skrifstofa
辦公室

netþjónn
伺服器
skjalaskápur
檔案櫃
prentari
印表機
pappír
紙
skjár
螢幕
skrifborð
辦公桌
mús
滑鼠
mappa
資料夾
lyklaborð
鍵盤
stóll
椅子
ruslakarfa
廢紙簍
tölva
電腦

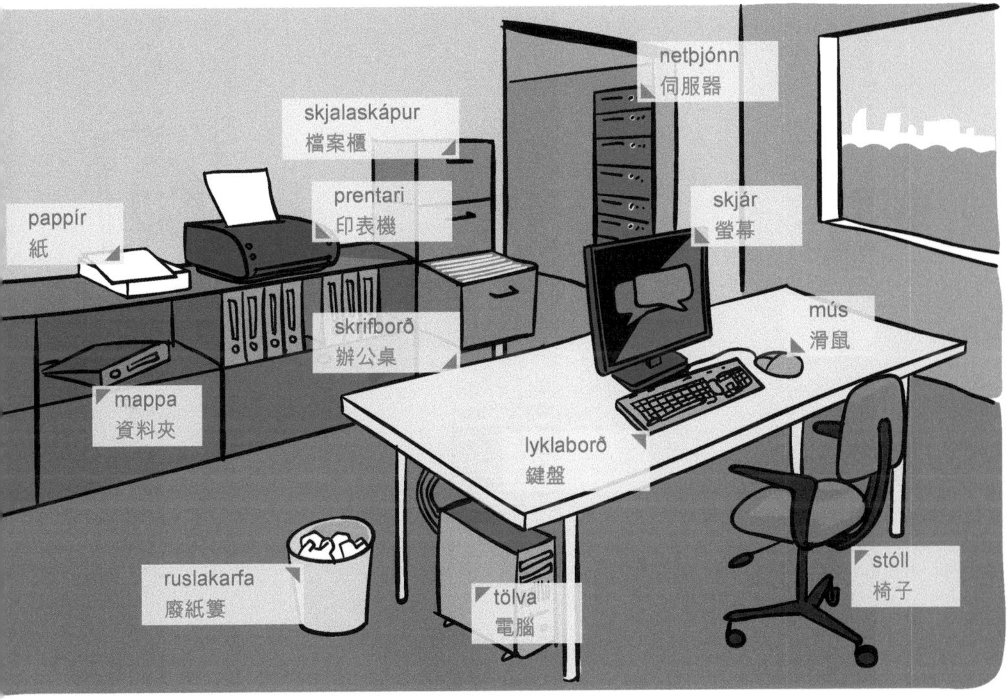

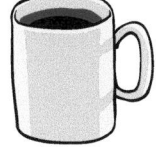

kaffibolli

咖啡杯

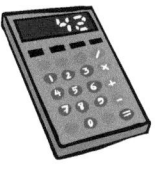

reiknivél

計算機

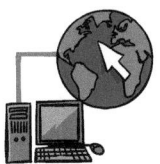

internet

網際網路

fartölva

筆記型電腦

bréf

信件

skilaboð

簡訊

farsími

行動電話

net

網路

ljósritunarvél

影印機

hugbúnaður

軟體

sími

電話

innstunga

插座

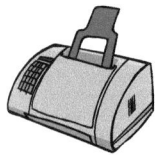

faxtæki

傳真機

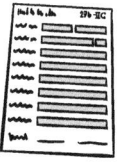

eyðublað

表格

skjal

檔案

kaupa

買

borga

付錢

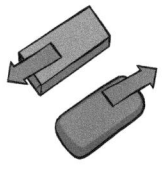

versla

交易

peningar

現金

**USD**

dollari

美元

**EUR**

evra

歐元

**JPY**

jen

日元

**RUB**

rúbla

盧布

**CHF**

svissneskur franki

瑞士法郎

**CNY**

renminbi yuan

人民幣

**INR**

rúpíur

盧比

hraðbanki

提款處

gjaldeyrisskipti

外幣兌換處

gull

金

silfur

銀

olía

石油

orka

能源

verð

價格

samningur

合約

skattur

稅金

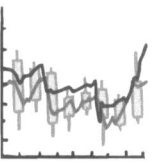

hlutabréf

股票

vinna

工作

starfsmaður

職員

vinnuveitandi

老闆

verksmiðja

工廠

búð

商店

starfsgreinar
職業

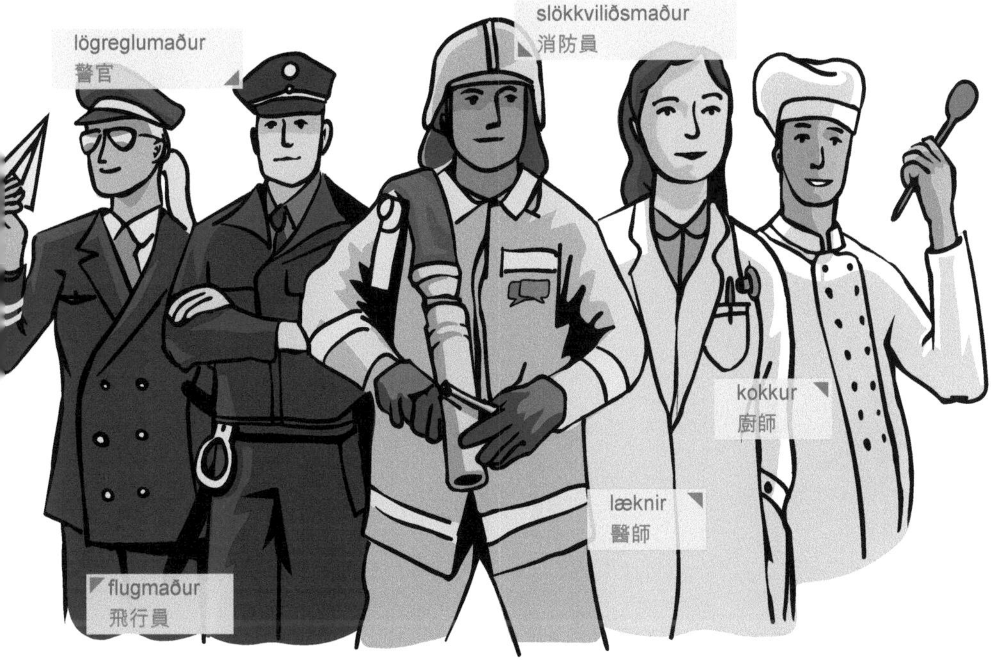
lögreglumaður
警官
slökkviliðsmaður
消防員
kokkur
廚師
læknir
醫師
flugmaður
飛行員

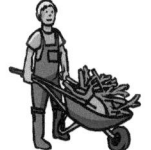

garðyrkjumaður

園丁

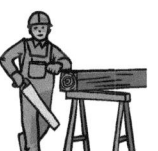

smiður

木匠

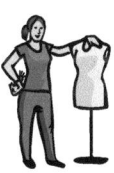

saumakona

裁縫

dómari

法官

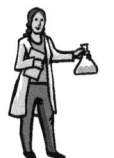

lyfjafræðingur

化學家

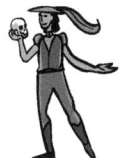

leikari

演員

strætóbílstjóri

公車司機

leigubílstjóri

計程車司機

sjómaður

漁夫

ræstitæknir

清洗女工

þaksmiður

屋頂工

þjónn

服務生

veiðimaður

獵人

málari

畫家

bakari

麵包師

rafvirki

電工

byggingaverkamaður

建築工人

verkfræðingur

工程師

slátrari

屠夫

pípari

水管工

póstmaður

郵差

hermaður

士兵

arkitekt

建築師

gjaldkeri

收銀員

blómasali

花農

hárgreiðslumaður

理髮師

lestarstjóri

售票員

vélvirki

機械技師

skipstjóri

船長

tannlæknir

牙醫

vísindamaður

科學家

rabbíi

拉比

Imam

伊瑪目

munkur

和尚

prestur

牧師

verkfæri

工具

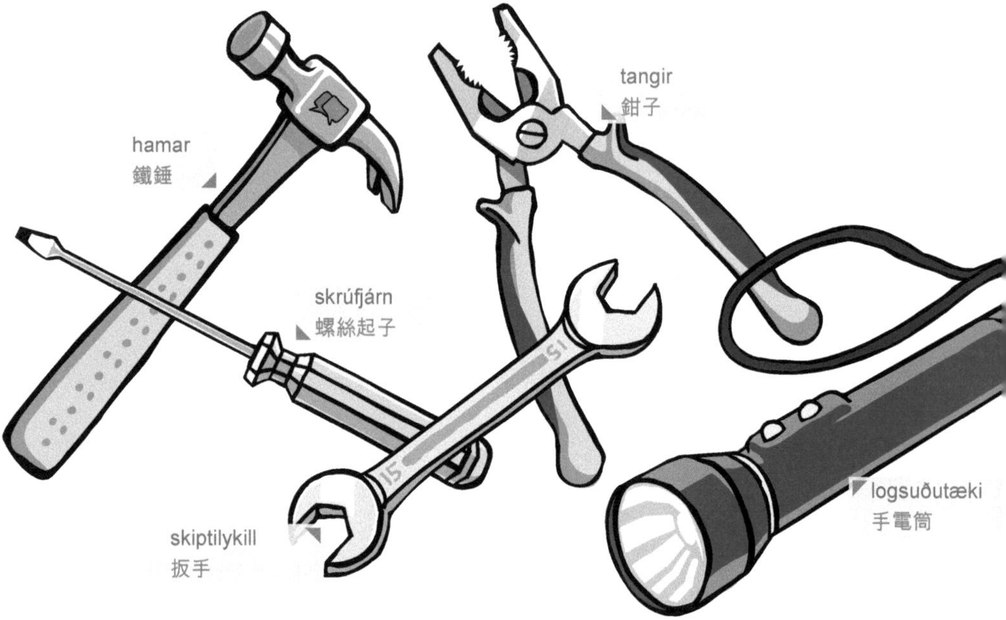

tangir
鉗子
hamar
鐵鎚
skrúfjárn
螺絲起子
logsuðutæki
手電筒
skiptilykill
扳手

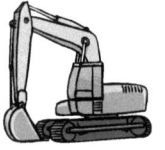

grafa

挖掘機

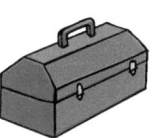

verkfærataska

工具箱

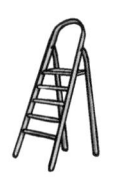

stigi

梯子

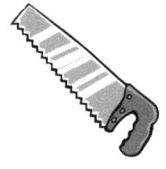

sög

鋸子

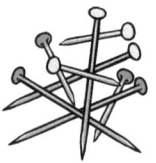

naglar

釘子

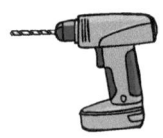

bor

鑽機

gera við

修

skófla

鏟子

Fjandinn!

糟糕！

fægiskófla

畚箕

málningarfata

油漆桶

skrúfur

螺絲

hljóðfæri
樂器

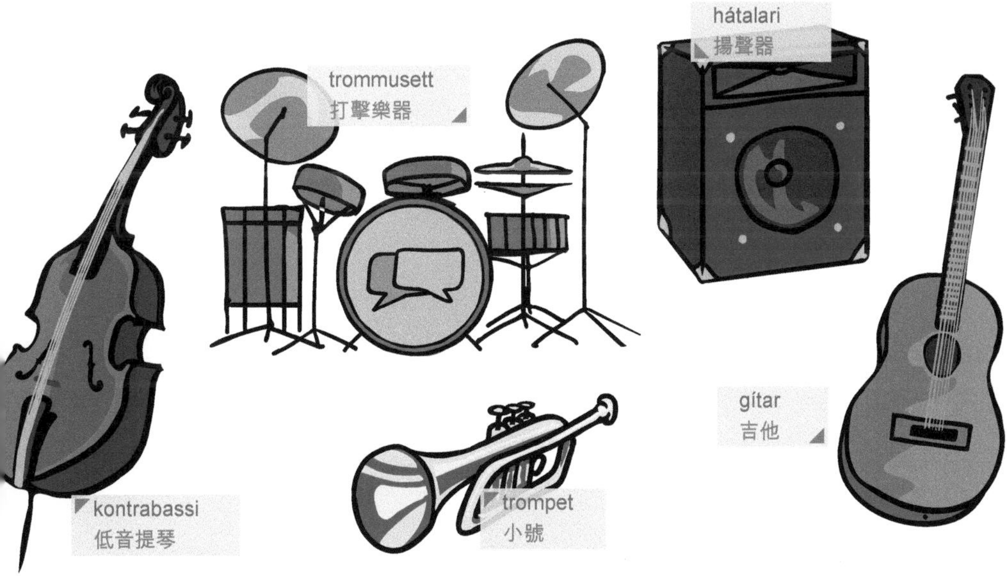

trommusett
打擊樂器

hátalari
揚聲器

gítar
吉他

kontrabassi
低音提琴

trompet
小號

píanó

鋼琴

fiðla

小提琴

bassi

貝斯

pákur

定音鼓

trommur

鼓

hljómborð

電子琴

saxófónn

薩克斯風

flauta

長笛

hljóðnemi

麥克風

dýragarður
動物園

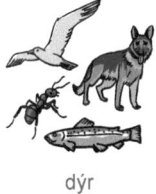

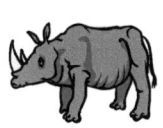

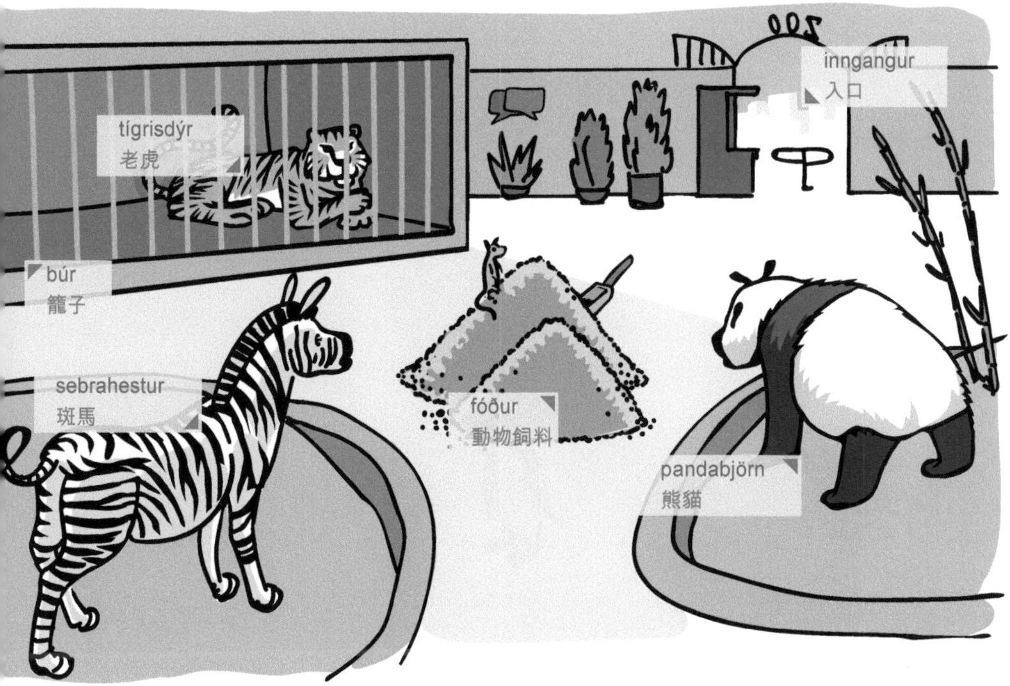

tígrisdýr
老虎
búr
籠子
sebrahestur
斑馬
fóður
動物飼料
pandabjörn
熊貓
inngangur
入口

dýr

動物

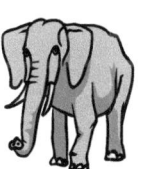

fíll

大象

kengúra

袋鼠

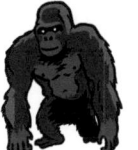

nashyrningur

犀牛

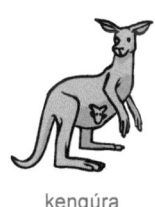

górilla

大猩猩

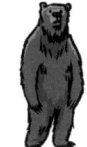

skógarbjörn

熊

úlfaldi

駱駝

strútur

鴕鳥

ljón

獅子

api

猴子

flamingó

紅鶴

páfagaukur

鸚鵡

ísbjörn

北極熊

mörgæs

企鵝

hákarl

鯊魚

páfugl

孔雀

snákur

蛇

krókódíll

鱷魚

dýragarðsvörður

動物園管理員

selur

海豹

jagúar

美洲豹

hestur

矮種馬

hlébarði

豹

flóðhestur

河馬

gíraffi

長頸鹿

örn

老鷹

villisvín

野豬

fiskur

魚

skjaldbaka

龜

rostungur

海象

refur

狐狸

gasella

羚羊

Ameríksur fótbolti
橄欖球

hjólreiðar
騎腳踏車

tennis
網球

körfubolti
籃球

sund
游泳

hnefaleikar
拳擊

íshokkí
冰球

fótbolti
美式足球

hnit
羽毛球

frjálsar íþróttir
田徑

handbolti
手球

skíði
滑雪

póló
馬球

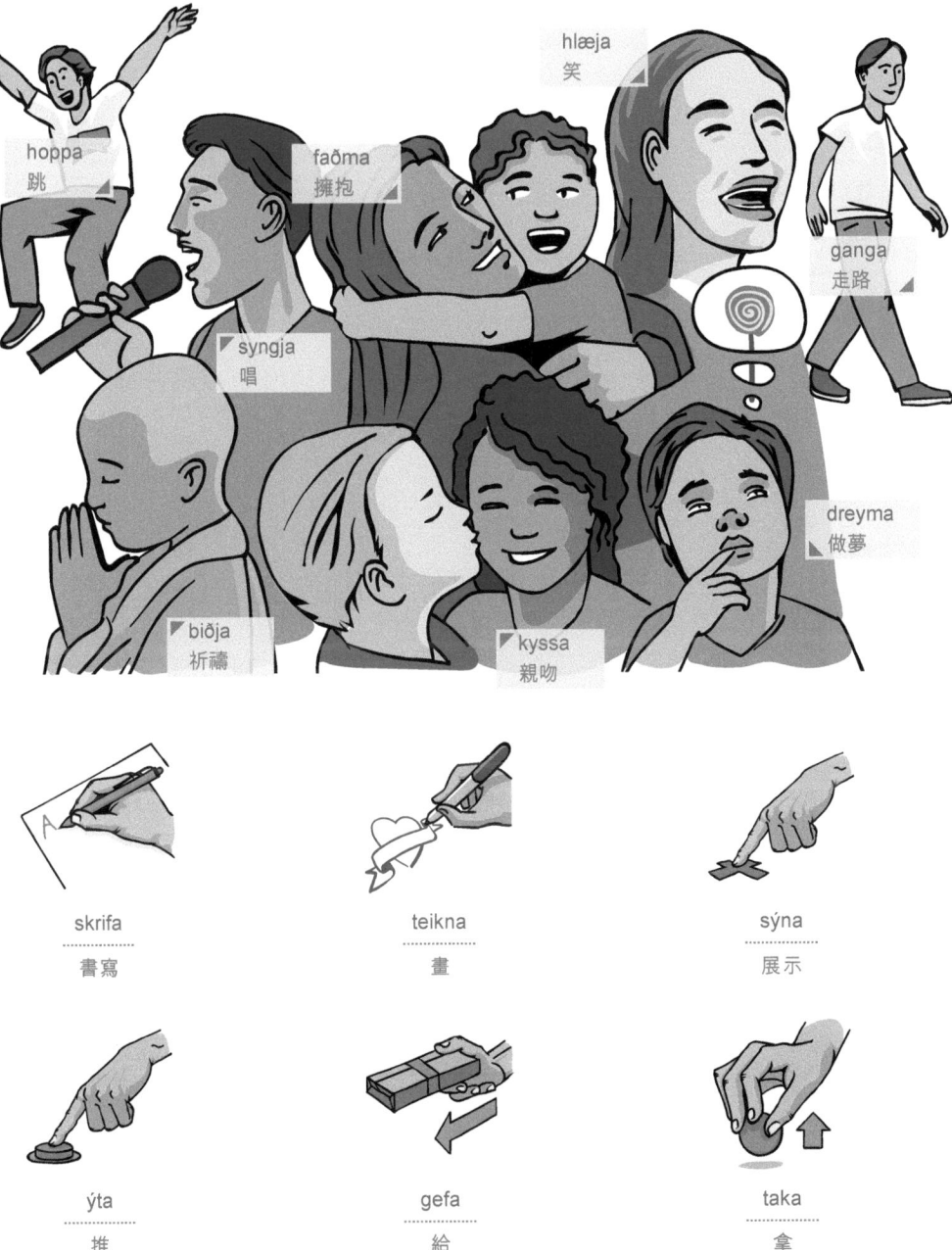

hoppa
跳

hlæja
笑

faðma
擁抱

ganga
走路

syngja
唱

dreyma
做夢

biðja
祈禱

kyssa
親吻

skrifa
書寫

teikna
畫

sýna
展示

ýta
推

gefa
給

taka
拿

hafa

有

gera

做

vera

當

standa

站

hlaupa

跑

draga

拉

kasta

丟

detta

摔倒

ljúga

躺

bíða

等待

bera

攜帶

sitja

坐

klæða sig

穿衣

sofa

睡覺

vakna

醒來

líta á

看

gráta

哭

strjúka

擊

greiða

梳頭

tala

交談

skilja

明白

spyrja

問

hlusta

聽

drekka

喝

borða

吃

taka til

清理

elska

愛

elda

做飯

keyra

開車

fljúga

飛

sigla

航行

reikna

計算

lesa

讀

læra

學習

vinna

工作

giftast

結婚

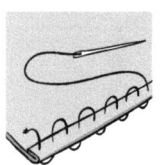

sauma

縫

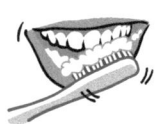

bursta tennur

刷牙

drepa

殺

reykja

抽菸

senda

寄

amma
祖母

afi
祖父

faðir
父親

móðir
母親

barn
嬰兒

dóttir
女兒

sonur
兒子

gestur

客人

frænka

阿姨

frændi

叔叔

bróðir

兄弟

systir

姐妹

líkami

身體

enni
前額
auga
眼睛
andlit
臉
haka
下巴
brjóst
乳房
fingur
手指
hönd
手
handleggur
手臂
öxl
肩膀
fótleggur
腿

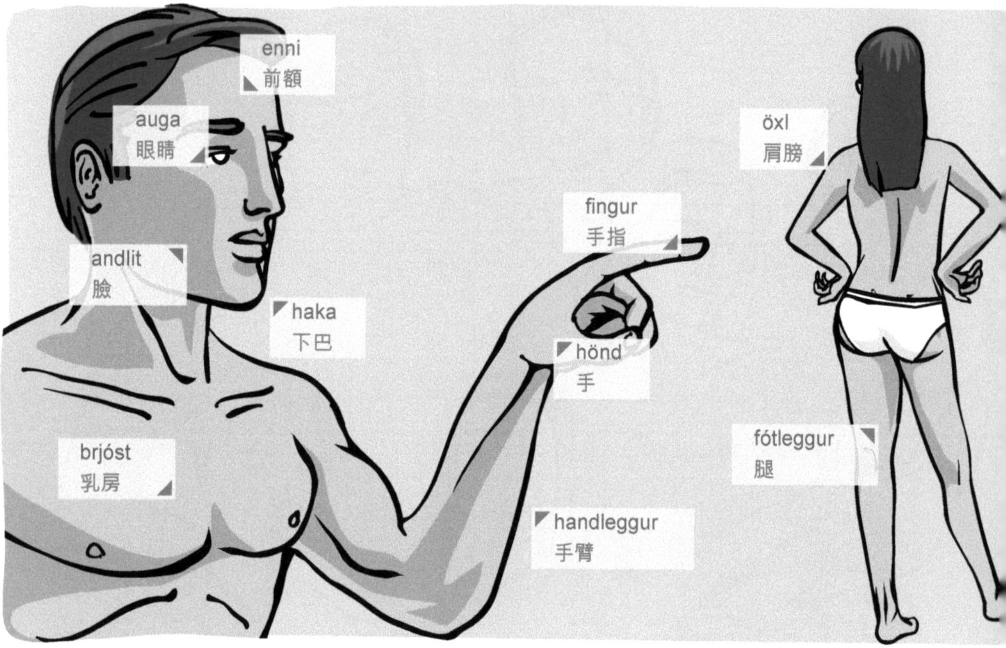

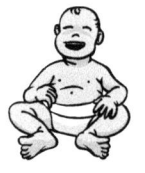

barn

嬰兒

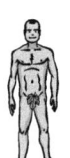

maður

男人

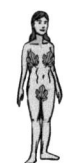

kona

女人

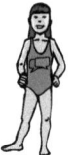

stúlka

女孩

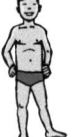

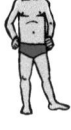

drengur

男孩

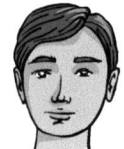

höfuð

頭

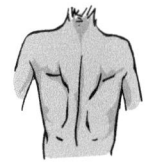

bak

背部

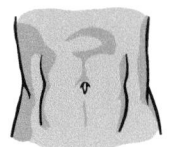

kviður

肚子

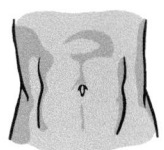

nafli

肚臍

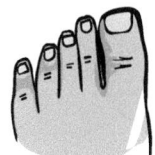

tá

腳趾

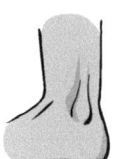

hæll

腳後跟

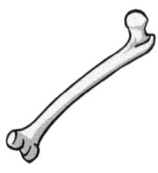

bein

骨頭

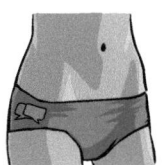

mjöðm

臀部

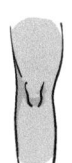

hné

膝蓋

olnbogi

手肘

nef

鼻子

rass

屁股

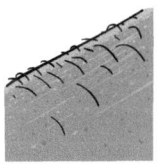

húð

皮膚

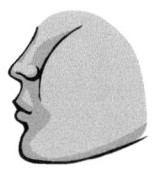

kinn

臉頰

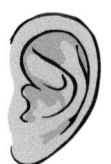

eyra

耳朵

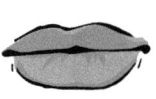

vör

嘴唇

munnur

嘴

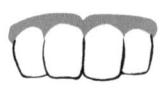

tönn

牙齒

tunga

舌頭

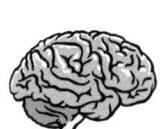

heili

腦

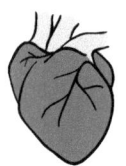

hjarta

心臟

vöðvi

肌肉

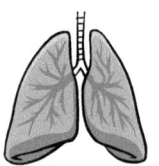

lunga

肺

lifur

肝臟

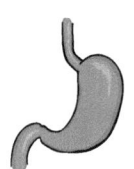

magi

胃

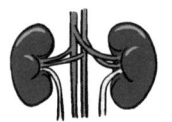

nýru

腎臟

kynmök

性交

smokkur

保險套

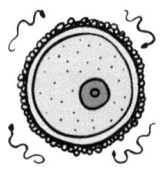

eggfruma

卵子

sæði

精子

ólétta

懷孕

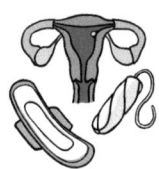

tíðir

月事

leggöng

陰道

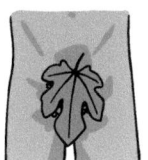

typpi

陰莖

augabrún

眉毛

hár

頭髮

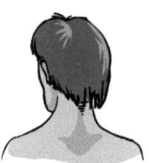

háls

脖子

sjúkrahús

醫院

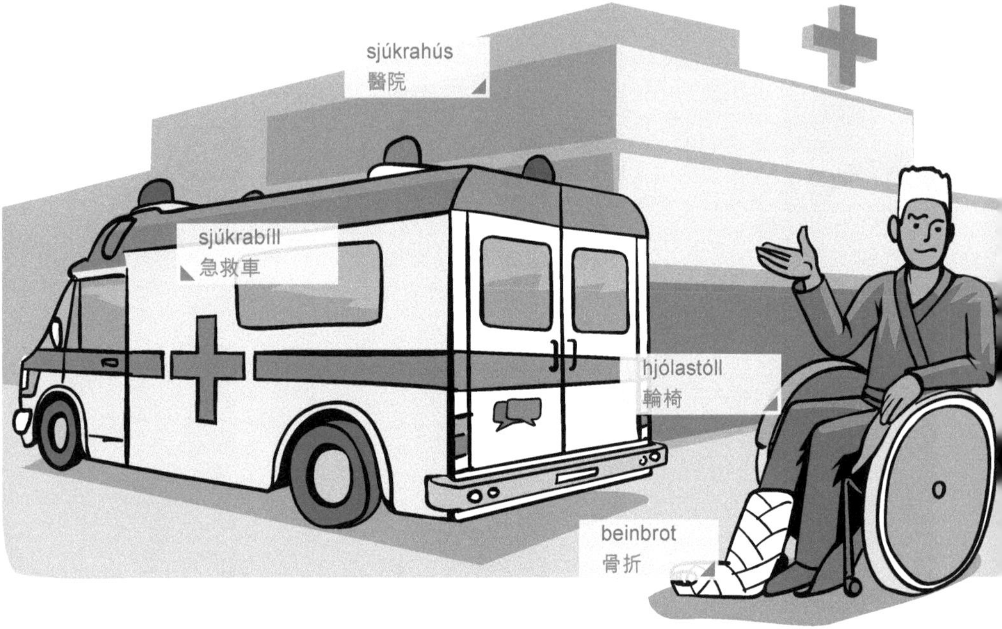

sjúkrahús
醫院
sjúkrabíll
急救車
hjólastóll
輪椅
beinbrot
骨折

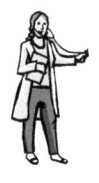

læknir

醫師

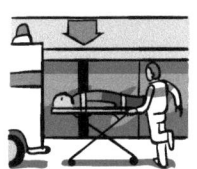

bráðamóttaka

急診室

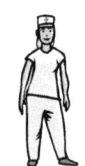

hjúkrunarfræðingur

護理師

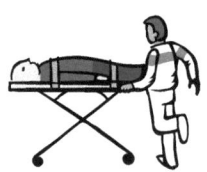

neyðartilvik

緊急情形

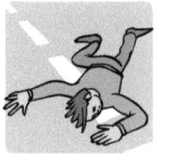

meðvitundarlaus

昏迷

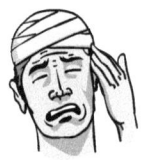

verkir

痛

meiðsli

受傷

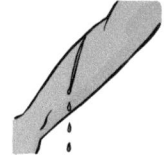

blæðing

出血

hjartaáfall

心臟病發作

heilablóðfall

中風

ofnæmi

過敏

hósti

咳嗽

hiti

發燒

flensa

流感

niðurgangur

腹瀉

höfuðverkur

頭痛

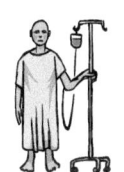

krabbamein

癌症

sykursýki

糖尿病

skurðlæknir

外科醫師

skurðhnífur

手術刀

aðgerð

手術

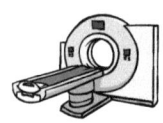

sneiðmyndataka

電腦斷層掃描

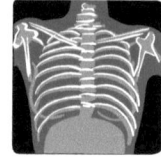

röntgengeisli

X光

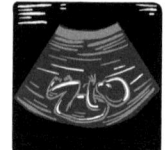

ómskoðun

超音波

andlitsgríma

口罩

sjúkdómur

疾病

biðstofa

候診室

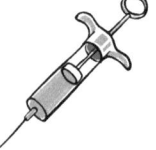

hækja

拐杖

gifs

石膏

sáraumbúðir

繃帶

sprauta

注射

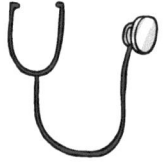

hlustunarpípa

聽診器

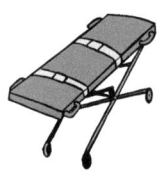

börur

擔架

líkamshitamælir

體溫計

fæðing

出生

yfirvigt

超重

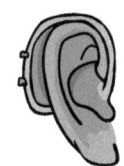

heyrnartæki

助聽器

sótthreinsiefni

消毒液

sýking

感染

veira

病毒

HIV / AIDS

愛滋病

lyf

藥物

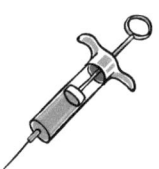

bólusetning

接種疫苗

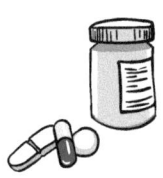

töflur

藥片

pilla

藥丸

neyðarsímtal

急救電話

blóðþrýstingsmælir

血壓計

lasinn / heilbrigður

生病/健康

Hjálp!

救命！

viðvörun

警報

líkamsárás

突擊

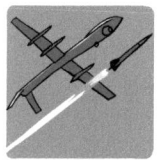

árás

攻擊

hætta

危險

neyðarútgangur

緊急出口

Eldur!

失火了！

slökkvitæki

滅火器

slys

意外

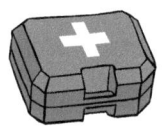

skyndihjálparbúnaður

急救箱

SOS

呼救訊號

lögregla

員警

Evrópa

歐洲

Norður-Ameríka

北美洲

Suður-Ameríka

南美洲

Afríka

非洲

Asía

亞洲

Ástralía

澳洲

Atlantshaf

大西洋

Kyrrahaf

太平洋

Indlandshaf

印度洋

Suður-Íshaf

南冰洋

Norður-Íshaf

北冰洋

Norðurpóll

北極

Suðurpóll

南極

Suðurskautslandið

南極洲

Jörð

地球

land

陸地

sjór

海

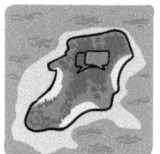

eyja

島

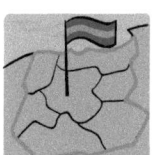

þjóð

國家

ríki

州

klukkuskífa

錶盤

litli vísir

時針

stóri vísir

分針

sekúnduvísir

秒針

Hvað er klukkan?

現在幾點？

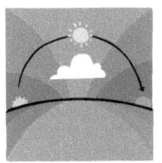

dagur

天

tími

時間

nú

現在

tölvuúr

電子錶

mínúta

分

klukkustund

時

vika

週

Mánudagur 週一

Miðvikudagur 週三

Föstudagur 週五

Þriðjudagur 週二

Fimmtudagur 週四

Laugardagur 週六

Sunnudagur 週日

í gær
昨天

í dag
今天

á morgun
明天

morgunn
早晨

hádegi
中午

kvöld
晚上

MO	TU	WE	TH	FR	SA	SU
1	2	3	4	5	6	7
8	9	10	11	12	13	14
15	16	17	18	19	20	21
22	23	24	25	26	27	28
29	30	31	1	2	3	4

virkir dagar
工作日

MO	TU	WE	TH	FR	SA	SU
1	2	3	4	5	6	7
8	9	10	11	12	13	14
15	16	17	18	19	20	21
22	23	24	25	26	27	28
29	30	31	1	2	3	4

helgi
週末

ár
年

rigning
雨
regnbogi
彩虹
vindur
風
snjór
雪
vor
春
haust
秋
sumar
夏
vetur
冬

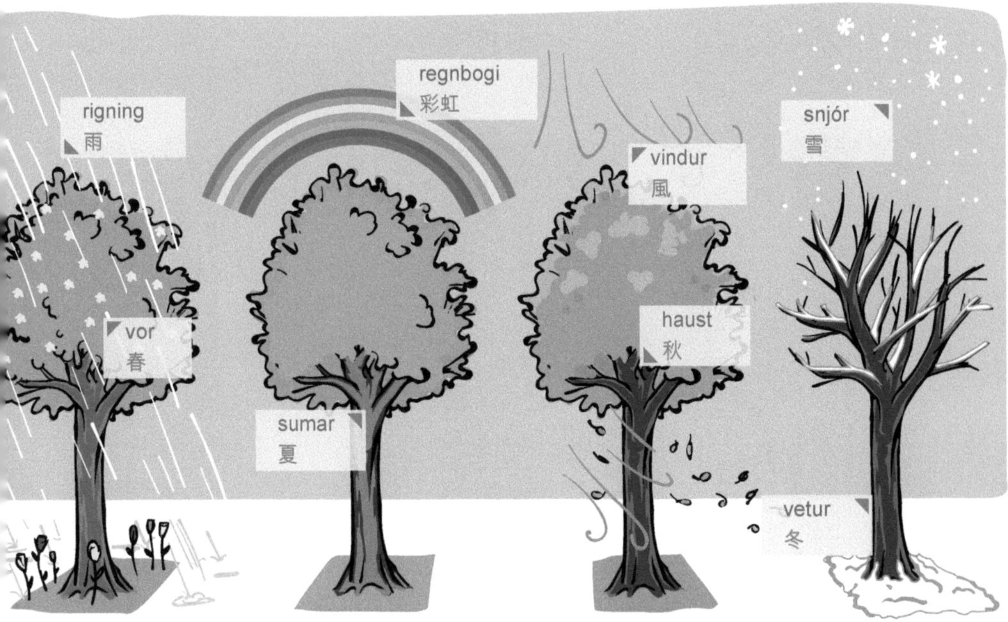

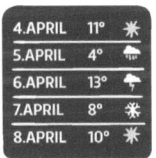

4.APRIL 11°
5.APRIL 4°
6.APRIL 13°
7.APRIL 8°
8.APRIL 10°

veðurspá

天氣預告

F C
120 40
90 30
60 20
30 10
0 0
-30 -10
-20

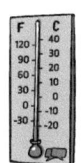

hitamælir

溫度計

sólskin

陽光

ský

雲

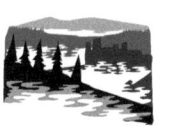

þoka

霧

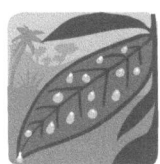

raki

潮濕

eldingar

閃電

þrumuveður

打雷

stormur

風暴

haglél

冰雹

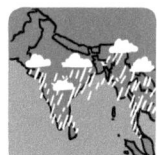

monsún

季風

flóð

洪水

ís

冰

Janúar

一月

Febrúar

二月

Mars

三月

Apríl

四月

Maí

五月

Júní

六月

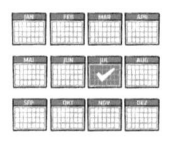

Júlí

七月

Ágúst

八月

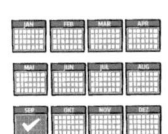

September

九月

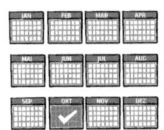

Október

十月

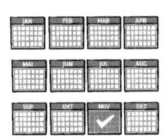

Nóvember

十一月

Desember

十二月

form

形狀

hringur

圓形

ferningur

正方形

rétthyrningur

長方形

þríhyrningur

三角形

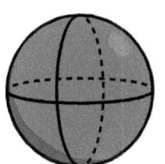

kúla

球體

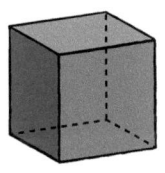

teningur

立方體

hvítur

白

gulur

黃

appelsínugulur

橙

bleikur

粉

rauður

紅

fjólublár

紫

blár

藍

grænn

綠

brúnn

棕

grár

灰

svartur

黑

mikið / lítið

很多/少許

reiður / rólegur

生氣/平靜

fallegur / ljótur

美/醜

upphaf / endir

首/尾

stór / lítill

大/小

bjartur / dimmur

明/暗

bróðir / systir

兄弟/姐妹

hreinn / óhreinn

乾淨/骯髒

heill / ófullnægjandi

完整/缺失

dagur / nótt

白天/晚上

dauður / lifandi

死/生

breiður / mjór

寬/窄

ætur / óætur

可食用/非食用

vondur / góður

邪惡/善良

spenntur / leiður

興奮/無聊

feitur / mjór

胖/瘦

fyrstur / síðastur

第一/最後

vinur / óvinur

朋友/敵人

fullur / tómur

滿/空

harður / mjúkur

硬/軟

þungur / léttur

重/輕

svangur / þyrstur

餓/渴

lasinn / heilbrigður

生病/健康

ólöglegur / löglegur

非法/合法

greindur / heimskur

聰明/愚笨

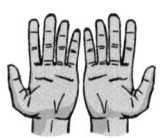

vinstri / hægri

左/右

nálægur / fjarlægur

近/遠

nýr / notaður

新/舊

ekkert / eitthvað

沒有/有些

gamall / ungur

老/幼

kveikt / slökkt

開/關

opna / loka

打開/闔上

Lágvær / hávær

安靜/吵鬧

ríkur / fátækur

富/窮

rétt / rangt

對/錯

grófur / sléttur

粗糙/光滑

rgbitinn / hamingjusamur

傷心/高興

stutt / lengi

短/長

hægt / hratt

慢/快

blautur / þurr

濕/乾

heitur / kaldur

溫暖/涼爽

stríð / friður

戰爭/和平

andstæður - 反義詞

0

núll

零

1

einn

一

2

tveir

二

3

þrír

三

4

fjórir

四

5

fimm

五

6

sex

六

7

sjö

七

8

átta

八

9

níu

九

10

tíu

十

11

ellefu

十一

12
tólf
十二

13
þrettán
十三

14
fjórtán
十四

15
fimmtán
十五

16
sextán
十六

17
sautján
十七

18
átján
十八

19
nítján
十九

20
tuttugu
二十

100
hundrað
百

1.000
þúsund
千

1.000.000
milljón
百萬

Enska

英語

Amerísk enska

美式英語

Mandarin-kínverska

普通話

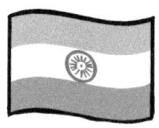

Hindí

印地語

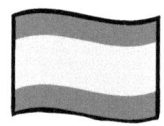

Spænska

西班牙語

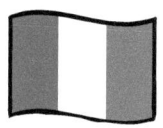

Franska

法語

Arabíska

阿拉伯語

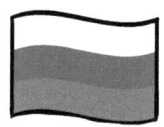

Rússneska

俄語

Portúgalska

葡萄牙語

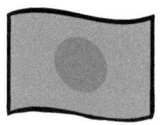

Bengali

孟加拉語

Þýska

德語

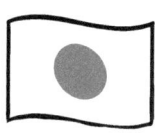

Japanska

日語

ég

我

þú

你

hann / hún / það

他/她/它

við

我們

þú

你們

þeir

他們

hver?

誰？

hvað?

什麼？

hvernig?

如何？

hvar?

何處？

hvenær?

何時？

nafn

名字

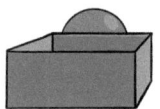

bakvið

後面

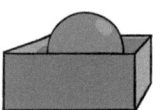

í

裡面

fyrir framan

前面

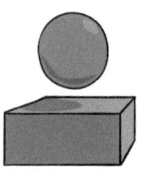

yfir

上方

á

上面

undir

下麵

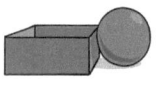

við hliðina

旁邊

milli

中間

sæti

地點